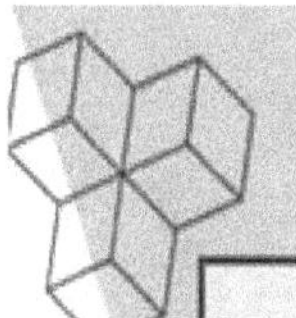

THE OTHER SIDE

by

Willyn Arbo Bellido

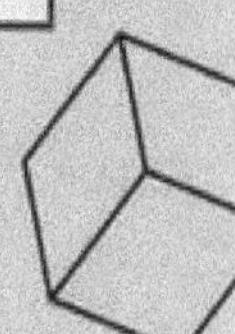

COPYRIGHT 2021 @ THE OTHER SIDE
By Willyn Arbo Bellido

ISBN:
Softbound/Paperback - 978-621-8261-74-7
Hardbound - 978-621-8261-75-4
Mobile/Kindle - 978-621-8261-76-1

Published by Poetry Planet Book Publishing House
Arranged by Tess Ritumalta
Cover Illustration: Dhankyle E. Villanueva
Edited by Marie Ezekiel

Illustrations used were taken from Pinterest and may contain their copyrights

DEDICATION

For the people who believe in me and
never leave me in my most difficult time

For those people who inspire me and
motivate me to become who I am now

For those people who make my life
complete

I dedicate this book.

PREFACE

"THE OTHER SIDE" is a compilation of 100 poems written by the author. The themes of the poems focus on women's empowerment, love, friendship, family, education, society, and nature. All poems are written based on her own perspective, personal experiences, feelings, and emotions. There is no intention to harm anyone. Life is indeed full of mysteries that need to unfold and writing is the author's way to do it.

TABLE OF CONTENTS

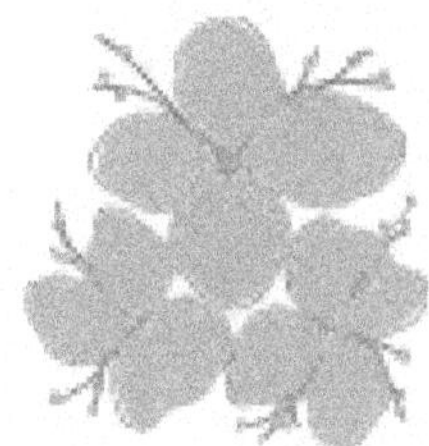

SHE

I've seen her sitting in one corner
It seems that nobody knows she's there
I don't know for it's not clear
I think she's hiding her tear

But why should she?
Is it because of that catastrophe?
How I want to go beside her
 And tell her that I am always here

As I go near, I see her smiling
That's the brightest smile I've seen in that
darkest evening
Probably, I'm wrong, thinking that she's
crying
'Cause she's strong like the sun in the
morning

A WORLD NOT GRAY

When I was a child, I thought everything
was a paradise
I ate, played and laughed-oh how I love!
But as I grow older, I realize…
Life's not easy and I always need to ask
the guidance of our Dear God above.

Despite of that realization
I never give up on my fantasy
Somehow in my imagination
I can see that all is well and okay.

I've loved but I was deeply wounded.
Do I need to believe now that I'm just
dreaming and all is faux?
I was fooled, rejected, ignored, and not
appreciated.
Should I stop and go with the flow and just
relax?

No! I should keep going on
For I really want to be completely happy
I trust Him, my forever companion
So I have nothing to worry.

Life is full of uncertainties
No one knows what will happen the next
day
I still hold on to that paradise but for now, I
need to face the realities
I should start making my world colourful
and not gray

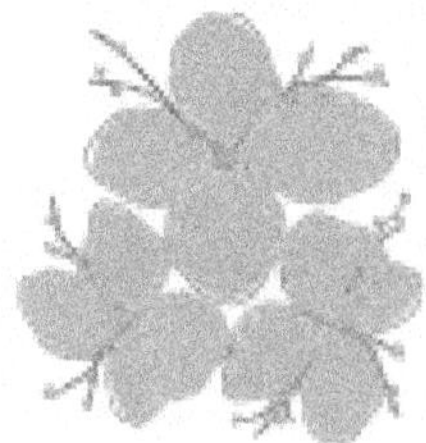

SUNRISE IN CHAOS

The radiance coming from the east
It gives me the courage to live life to its
fullest
I need to wake up now and give my best
It's okay if sometimes I fail the test.

The sun's warm that touches my body
It leaves me energy for the whole day
I wish it could also wither the emptiness
inside me
So that I can go on sans worry.

The light which signifies hope in this time of
chaos
It assures me that I can keep my eyes close
Thinking that He'll be my boss
Who will lead me to the righteous.

A KISS OF TRUE LOVE

It was in the middle of the night when you
came
I was awakened by your sweet promising
words
Your vows were like music from unique
chords
Back then, all I wanted to hear was your
name

Your electrifying lips touched mine
I couldn't breathe for about ten seconds
Then you held my hands
And whispered that everything would be
fine

In your arms, I find a safe haven
With you, I am loved so tender
I want to give back that kiss forever
Today, tomorrow 'till we're both in heaven

LIGHT INSIDE MY HEART

It's getting dark
I can't even see any sign of spark
Am I lost?
Please, show me the place where I love
the most

I thought I've found the right way
People kept me there to stay
But suddenly, I felt like I was being thrown
away
Until I was covered with misery

I became careless...
I became restless...
I became clueless...
Worst, I became hopeless...

But wait... I can now see the light
I know that it will make my life bright
I hope it's a good start
Since I've found it inside my heart

A SONNET FOR MY BABY

An astonishing baby in six
How blessed I am that's true!
I wish we would have the same lifelike
phoenix
So I can live 500 years with you.
As I see you grow so fast
To my Dear Lord, I'm very thankful.
My love for you will never last
'Cause you make my world so meaningful.
What else could I say?
You are my everything.
Son, you always brighten my day.
For you, I will do anything.
My child, you're a lovely creature
Sent from heaven to be my treasure.

PERFECTION AMIDST CONFUSION

My mind is full of confusion
The dream turns into an illusion
I don't know my exact emotion
But I'm pretty sure, now, I need a
companion

Bang! I overhear an explosion
I think it comes from that direction
Wait…what is this thing in my mind and
imagination?
I'm afraid so I need affection

I have come up with this realization
Life really consists of imperfection
I need to be sure with my action
Because in the end, I still want to be an
inspiration

GONE

Oh, what a lovely wildflower!
Standing still in the midst of summer
Thinking about how it grows makes me
wonder
Does anyone give it care?

I look around but there seems no one
Until a butterfly comes around
It kisses the flower for few seconds
When the darkness appears, the butterfly is
gone

The flower never says anything
But I notice that it is slowly dying
Perhaps, what it needs is caring
From a butterfly, its only reason for living

?.!...

My mind is overloaded with thoughts
I can't think of my next move
I want music and imagine that I'm dancing
in a groove
And reminisce those battles I had fought

There was a time when my last option was
to give up
I was so fragile, so easy to be broken
I ended up fixing those missing pieces that
were taken
So here I am now, full of courage,
dreaming that one day, I'll be on top

It is music to my ear
Hearing those voices coming from
somewhere
Telling me that I am not alone, they are
there
I guess, some people truly care

IT'S OKAY NOT TO BE OKAY

Life consists of uncertainty
Yet it offers an opportunity
It brings possibility
What you need is to turn it into reality

Do not be overwhelmed with fantasy
Do not be drowned in ecstasy
You should not always act classy
Sometimes, it feels good to be messy

It's okay not to be okay
But make sure it is just temporary
You need to ease your pain and worry
Do not forget Him and pray

Living in this world is not easy
But I know you're strong and sturdy
Fly high baby
Move forward and find your way

A VOICE WITHIN

All this time, I'm just living in an illusion
I thought I will be saved by someone's
action
The sweet world becomes my motivation
But it seems that I am in deep hallucination

It feels good to know when people care
But nobody tries to take the dare
Thinking of something wrong with me, I
can't control my tear
My last hope turns into fear

Hey, who are you?
Why are you hiding behind my shadow?
Aren't you tired, you little fellow?
Please show up and grow!

I hear a whisper coming from her
"You need to grow first so I can do it
better"
The voice says "I won't let you suffer"
She adds "Get up! Let's do it together."

SAVE ME

I was imprisoned in the darkest part of this
place
Full of thorns and thick woods, all was a
maze
That when you entered, you're lucky if
you'd be safe
How I wanted to be freed by sorrow and
grief

My hands were tightly chained using a
thick, old rope
It hurt thinking no one could be my hope
Blood was continuously flowing from my
swollen foot
I didn't know how far I could go with my
thoughts

I was once a butterfly who loved to fly
What I wanted was to reach the sky
But somebody caught me and brought me
here
How could I go back there?

I am so tired and restless now
I want to live freely but how?
Can somebody help me?
Please bring me to the place where I used
to be

WHAT A LOVELY WOMAN SHE IS!

I am amazed by her charm
She seems like a blanket that can easily
give warm
Even in the middle of the deepest river, she
remains calm
I wish I could be that one.

I love her eyes
They glow like stars in the sky
I notice that after a long cry
She stands still and gives it another try.

I like her sweet smile
It's not seen for a while
Though her journey will take a thousand
mile
I know, her essence will be forever
worthwhile.

FIGURES OF MY LIFE

I thought my life was a simile
It's like a bird singing with glee
Suddenly, it turned into irony
Its brightness became gloomy

Little by little, life changes into metaphor
It is a sword, being hold by a great warrior
You may think, I'm using hyperbole
But the owner of this life had already
fought thousands of battles in magical
ways

Of course, there will always be an
oxymoron
Life can still have bittersweet memories, oh
common
Yet, I do believe in personification
My pocket, full of will, moves with faith and
determination

MY LITTLE BOY

I thought I was blessed when God gave
me one
But then you came into my life, son
I could not ask for some
You complete me and I'm lucky to
become your mom

You are the sweetest baby
You always brighten my day
Your hugs and kisses ease my worry
Your "I love you" gives me the energy to
work all-day

Time will come that you won't stay by my
side
Thinking of that makes me feel sad
But let me be your forever guide
Until such time that you become a dad

WONDER WO-MOM

Who is a mother?
Is she someone who will always be there?
Perhaps, she can give all her care
And she will love you so tender

Mother, maybe, is an ordinary person for
them
But for me, she is the most precious gem
She doesn't need money, power, or fame
To fulfill her roles and to solve a difficult
problem

She works twenty-four hours a day
And sometimes forgets herself to perform
her duty
She doesn't bother if she'll be in danger
anyway
All she wants is for me to be safe and okay

Mother, oh how much I love and adore
you
I am nothing without you
I want to say sorry for the heartaches and
troubles that I gave you
This poem is not enough yet I want to thank
you and tell the world that you're the best
mom, too.

STAY HOME

Corona Virus
It's a deadly name, fellows
The impact in the world is very obvious
That's why we should be aware and serious

Hey, look at those people over there
Are you stupid roaming around knowing
that your lives will be in danger?
It seems that you do not care
It's okay if you're the only ones to suffer

Really? Don't you understand?
If I were a fairy, I would use my magic
wand
I would turn your head around
To remember that in time like this, you must
stay home and better wash your hand

Overpricing, hoarding, panicking, greed,
lack of discipline- do I need to name them
all?
Folks, you're so unbelievable!
Fighting against this enemy will not be
possible
Please stop being unjustifiable!

Think of those frontliners who are always
ready to fight
We are very lucky because we have them,
right?
Can we stay home and do our part?
Let's pray and hope that it will end so that
we can have a better start.

LET IT GO

You've cried for so long
You felt that you were not belong
You didn't know how to get along
You have no idea what was wrong

What you did was to love
Was it a punishment from above?
If that would be the case, you must give up
Surrender what you've prioritized on top

It won't be easy for sure
But time will heal you in the future
You must accept that he's not the one
What happened between you and him
was done

Let the heartaches go
Even pain and sorrow, too
Move on, that's what to do
Be a new version of you

EXTRAORDINARY

I smile, you smile
I know that my happiness is yours too
I cry you cry
'Cause my loneliness means a lot to you

I feel so lucky that God gave you to me
Maybe for some, you are just an ordinary
But for me, you're an extraordinary
Without you, my life will be empty

This poem is my way of saying thanks to
you
Thanks for all the good things that you do
Not only for me but for my children, too
I am blessed to have a wonderful mother
like you

MOVING FORWARD

It's nice to look back
Remember those things in the past
Whether they're sad or did not bring luck
Bear in mind that such won't last

If you stumble, don't be sad
Instead, get up and smile
Keep in mind to move forward
Do not stay there for a while

If you're hurt, don't give up
Somebody will love you when the time is
right
He is ready to give you a clap
And make your life shines bright

It's not easy to forget the pain
But it is merely temporary
Focus on livin'
You have nothing to worry

THIRTY- FOUR

One, two, three, and four
Oh, so delightful that I reach thirty- four!
Dear God, living in this world surrounded by
loving people, is such an honor
Thinking how blessed I am, how can I ask
for more?

Yes, I encountered so many things that
weakened my whole being
But I'm glad, You always remind me that
life is worth living
You prove I am something
Every time I feel that I am nothing

How much pain and suffering do I need to
endure?
Maybe, I need to prepare myself for
another failure
But one thing I know and that's for sure
With You, with them, I can see a brighter
future

WHY DO I LOVE YOU

You are the one whom I really love
Every time I can't see you, I feel bad
You make my day complete
Because of you, I can't concentrate

Will it be wrong if I ask you to stay?
To become mine even for a day
But I know it's a fantasy
'Cause you will never love me

THOSE CREATURES CALLED MEN

If you're well-dressed, he's proud of you
If you're not, he's ashamed of you
If you kiss him, he wants more
If you don't, he does the first move
If you agree with all his wants, he turns to
abuse
If you don't, you're not understanding
If you confront him about a certain matter,
he keeps on explaining
If you don't, he keeps on doing it
If you give yourself, he's happy
If you don't, he says that you don't love
him
If you refuse, he convinces you
If you don't, he grabs the opportunity
If you see him with another girl, he denies it
If you don't, for sure he's hiding it
If you have a date, he's so sweet
If you don't, he's with another girl
If you hurt him, he says "It's okay"
If you don't, "Much better," he says
If you believe in whatever he says, he's
laughing 'cause you're so naïve
If you don't, he makes way for you to
believe

If you marry him, he makes you cry
If you don't, he says goodbye
Oh, those creations...
    So strong...
    So powerful...
    and they can make the women fall!

DO I HAVE TO CRY FOR YOU

It was started from a simple message
Then you asked me if I was already
engaged
I said I wasn't because of my age

Many times you'd called me
Even though you're too busy
'Cause when you heard my voice, you're
happy

I thought you were true
You made me believe until I had fallen for
you
Suddenly, you'd left me into sorrow

How foolish I am to love someone like you
Now, I ask myself "Do I have to cry for
you?"
Or accept the fact that I don't belong to
you?

MY HERO

You are the man
Whom I really want
I am afraid to lose you
'Cause I love you

You always make me happy
When I feel lonely
My love, please stay beside me
For I don't know if I can still survive when
you go away

You fill the emptiness inside me
Without you, my life is incomplete
Without you, my life is meaningless
You are the reason why my world rotates

This poem is specially made for you
To prove how much I really love you
I promise I will never be tired of loving you
Because you're my life and my hero

PRECIOUS

My precious daughter
You make me wonder
How you fill our home with laughter
With that, I love you so tender

You always take care of your brother
You show him your care
Not only a good daughter but also a loving sister
With that, I love you forever

STAND LIKE A HILL

I see you cry for awhile
Then you fly with a smile
I see you fail
Then you stand like a hill
I see you helpless
Then you keep your prowess
You're such a strong woman
I know that you can

SURVIVOR

You tried
You fell
You cried
You lost
You were hurt
You were ignored
You were insulted
But then...
you succeed
you win
you are loved
you are admired
you are appreciated
Yes, you are survivor!

MARVELOUS TURNS INTO CHAOS

In the world full of chaos
Where every thing can be dangerous
I can't stop being curious
How it turns hilarious

Crimes are very serious
People's mouths are poisonous
Worst, many become malicious
Even friends seem suspicious

Money and power-be cautious
These will lead you to become vicious
I've known some who were righteous
But ended up monstrous

Once, the world is marvelous
No hatred nor jealous
People are generous
Simple living is so obvious

TILL DEATH DO US PART

I like your gentle caress
You leave me breathless
Right beside you, I find happiness
Without you, life will be useless

I want your kiss
It's you that I miss
Your warm embrace
Keeps me hold to your promise

I love your eyes
Seem that they will look for me 'till I die
Never will tell a lie
I know you won't make me cry

It's you that I like, I want and I love
To be with you is what I'm asking from
above
Let's not be apart
I will love you till death do us part

LOVE MYSELF

For those times you felt bad
For those things that made you sad
For the scars, they left
And you thought you could no longer exist
For those sleepless nights
When you could not find the light
For those sorrow
It felt like there's no tomorrow
For those excruciating pain
Where strength was hard to gain again
For those times you lied
Back then, I almost died
Until I faced the mirror
I was horrified by the image I saw
I didn't recognize myself
I started to open the door
I realized to bring back the glow
So I began to love myself

IF ONLY I COULD

If I had a superpower
I would like to have more money
To give all to those needy
For sure, they would be happy

If I had a superpower
I would ease people's weary
They have nothing to worry
Everything will be okay

If I had a superpower
I would grab the opportunity
To bring back the unity
And scatter humility

If I had a superpower
I would change what's happening in reality
There's no room for those greedy
People are helping all the way

If only I could have a superpower
Life would become easy
Everyone will live peacefully
The universe will be in harmony

TO THE ONE WHO TRIES TO FORGIVE

You've been through a lot...
You experienced pain, heartache, and
sorrow
You thought that there would be no
tomorrow
Until your life had no glow
So what you did was to forgive for you to
live and to grow
For sure, you'll be happy soon, I know

TO THE ONE WHO IS STARTING OVER AGAIN

Keep on moving baby
Live life with less weary
Consider the past as part of memory
It's okay to have another fantasy
But make sure this time, you'll be wiser,
okay?

WITH YOU

I had realized that not all "once upon a
time" ended up with happily ever after
I thought that life's a fairytale
So I played as one of the characters
But that was twenty-seven years ago...
All I want now is to believe
that I can survive in everything I do
Knowing I have a big God with me
No matter where I go

KEEP ON FIGHTING GIRL!

I am sitting alone in the corner
Thinking of those things that seem to
matter
Then suddenly, it starts raining
I can't help my tears from falling

I remember a girl twenty-seven years ago
She was five years old and full of glow
Her only worry was how to grow
She never thought of what would happen
tomorrow

I wish I could be that girl again
Even though I know it won't happen
"Harry Potter" reminds me of a time
machine
But my inner self says "Keep on fighting,
Willyn!"

BETTER DAYS

I used to think that life is a fairytale
Full of magic, excitement, and fun
But that was a long time ago
Now, I know that there's more to life than
just happily ever after
I learned that I get wiser each day
And no fairy can lead me to a happy
ending
I plan...
I choose...
I decide...
I struggle...
and somehow begin to understand
that I have the power to make each day
better than yesterday

NO MATTER WHAT

Life consists of hard decisions
Succeed or fail...
Win or lose...
Go on or give up...
Hold on or let go...
Stay or leave...
But it's comforting to know
That God is with us
No matter what way we go

THE POET INSIDE ME

I love to write my emotion
When I don't have the courage to go on
Writing becomes my motivation

I love to write my happiness
Through this, I can fully express
My love for you which is endless

I love to write my loneliness
The poem serves as my sweet caress
With this, I feel so blessed

I love to write my fear
I feel that I am stronger
It seems that God is also near

I love to write
Since I was a child
Oh, how I love to become a poet!

MAN IN MY DREAM

Last night, I had a dream
I was in the middle of a stream
I was looking for something
But I couldn't find anything

Suddenly, the small boat began to have
water
It burst me into tears
I was full of fear
So I utter a prayer

Then, I saw a man
He offered his hand
As I touched his hand
I felt that there was a strong bond

I couldn't recognize who he was
But it seemed I met him somewhere in the
past
When I was about to see his face, at last
He was lost very fast

TO THE ONE WHO IS PRE-JUDGED

No matter how good you are
and what good you've done
People will only remember the mistake you
have committed unintentionally
It's very sad that we are living in this world
with full of judgmental beings
It's easy for them to pre-judge others
They think they are perfect
Don't mind them anyway

THE OTHER SIDE

As what they say "Nobody is perfect"
I have many flaws
I have mistakes
I have insecurities
I have weaknesses
I have fears
But I love being me
From my flaws, I learn to accept myself
From my mistakes, I learn based on my
experiences
From my insecurities, I learn to develop my
pòtential
From my weaknesses, I learn how to
enhance my strength
From my fears, I learn how to conquer
them
Perhaps, it's easy for you to judge
Physically, I'm not attractive
Emotionally, I'm sensitive
Mentally, I am an average
But try to look at the other side of me
As what my name says,
Wonderful
Indescribable
Loving

Lady that
You will
Never forget

And most especially
I am simply me

TUNAY NGANG BAYANI

Nag-uumapaw ang puso ko sa galak
Sa isiping may mga taong, puso ay busilak
Handang ialay ang kanilang buhay
Hindi alintana kung sila man ay mamatay

Napakaswerte ko na nariyan sila
Para maibigay ang serbisyo mula ulo
hanggang paa
Nararapat lamang na sila ay ipagmalaki't
pasalamatan
Sapagkat kanilang ginagawa ay hindi
matatawaran

Tunay ngang bayani kung maituturing
Silang mga Frontliners na puno ng husay at
giting
Dalangin ko na patuloy silang gabayan
Ng Dakilang Lider ng sanlibutan

KAHIT ISANG PIRASO LANG

"Palimos po…palimos po," paulit- ulit na
sambit ng labi ko
Tuwang-tuwa ako nang makita ko ang
isang makisig na ginoo
"Maaari po bang humingi ng isang
pirasong tinapay?" pagsusumamo ko
"Hayan, pulutin mo," aniya sabay bato.

Dali-dali kong pinulot ang tinapay sa sahig
Nanginginig pa nga ang aking mga bisig
Hindi alintana ang samu't saring naririnig
Mula sa bibig ng mga taong mapang-usig.

Walang pagsidlan ang kasiyahang
nararamdaman
Kaya naman mabilis kong tinahak ang
daan
Hanggang sa makarating sa tapat ng sira-
sirang pintuan
"Mga anak, gumising kayo. Isang pirasong
tinapay ay inyong pagsaluhan."

IKAW AY MAHALAGA

Isang araw dumating ka sa buhay ko
Binago mo ang aking mundo
Wala akong nais kundi ikaw ay matuto
Nang sa ganoon buhay mo ay umasenso

Naaalala ko pa noong dumating ka
Inis ang aking agad na nadama
Sapagkat gaspang ng ugali at talas ng
dila
Ang sa akin ay iyong ipinakita't
ipinamukha

May mga oras pa nga na wala kang
ginagawa
Animo'y hari kung ikaw ay umasta
Ilang assignments, projects, periodical tests
na ba ang iyong binalewala?
Katwiran mo'y papasa naman, kay Ma'am
pa ba?

Nagrereklamo ka sa tuwing
napagsasabihan at napapagalitan kita
"Akon a lang palagi," madalas mong
litany
Kasabay nito ang pagtaas ng boses at
paglaki ng iyong mga mata
Ngunit ikaw ay pinagbigyan ko at pilit pa
ding inunawa

Hindi mob a alam kung gaano ka
kahalaga?
Na minsan pa nga'y sarili kong anak ay
napapabayaan ko na
Kasi madalas kapakanan mo ang inuuna
Dahil ang gusto ko ay maging maayos ka

Sana naman ay iyong pahalagahan
Lahat ng ginagawa ko ay para sa iyong
kinabukasan
Ang tanging hangad ko lang ay ang iyong
kabutihan
Nang sa huli, diploma mo ay iyong
makamtan

PAHINGA KA MUNA

Pagod ka na siguro
Sa kakaisip kung bakit sa isang iglap ay
nagkaganito
Masakit na ba ang iyoung ulo
Sa paghahanap ng sagot sa mga
katanungang sa utak mo ay gumugulo?

Pahinga ka na muna
Ipikit mo ang iyong mga mata
Kasabay ng hangin ay bumulong ka
Hilingin ang nais mo ng may pagsinta

Sunod-sunod man ang dagok na
dumating sa'yo
Problema man ay umabot hanggang 'di
na kayang bilangin ng mga daliri mo
"Wag kang bumitaw sa labang ito
Hindi ka duwag kaya 'wag kang
magpatalo

Pahinga ka muna
Kung pagod ka na at hindi mo na kaya
Pero sa oras na hand aka na
Bilisan mong tumayo at lumaban ka

BABAE KA

Bakit tila yata may lungkot sa'yong mga mata?
Parang sobrang bigat ng dinadala
Dahil bas a sinasabi nila
Hindi dapat dahil babae ka

Narinig ko mula sa bibig ng mapanghusga
Kung paano ka ituring at gawing katawa-
tawa
Hindi ka man mas maganda sa iba
Wala kang dapat ipangamba dahil
babae ka!

Walang karapatan ang iba para yurakan
ka
Sapagkat taglay mo ang ganda na Siya
ang may likha
Hindi ka man pinalad na maging katulad
nila
Angat ka pa din dahil babae ka

Darating ang araw na makikita ang iyong
halaga
Lalo nan g mga taong walang ginawa
kung hindi paglaruan ka
Tumayo ka, lumaban ka hanggang
malagpasan mo sila
Ipakita mo na kaya mo dahil babae ka!

KALIKASAN, YAMAN KANG TUNAY

Halina at ating pagmasdan
Ang ganda n gating Inang Kalikasan
Totoong maipagmamalaki at tunay na
yaman
Nang lahat ng tao ng sanlibutan

Ngunit bakit may ibang lumalapastangan?
Mga puno sa bundok, pinuputol ng mga
tao sa kapatagan
Kaya naman pagbaha ay ating
nararanasan
Pagsira nito ang magdadala sa atin sa
kapahamakan

Bakit hindi na lang natin alagaan?
Tayong lahat ay magtulungan
Sapagkat marami sa atin ang dito'y
umaasa ng kabuhayan
Upang tayo ay mamuhay sa kasaganaan

SAAN NAGMULA?

Saan nga ba nagmula ang mga tao?
Sino ang ating mga ninuno?
May nagsasabing mula sa isang mito
Nilikha ni Laor gamit ang luwad sa hurno

Idagdag pa ang kwento ni "Malakas at
Maganda"
Isang ibon, sa kawayan ay tumuka
Pagkabiyak ay lumabas sila
Dito ba ay naniniwala ka?

Sabin i Bellwood mula sa Austronesyano
Galing Taiwan, napadpad ditto
Sila nga ba an gating ninuno?
O hanggang teorya lamang ito?

Iba't iba man ang kwento
Tungkol sa pinagmulan ng tao
Iisa lang ang paniniwalaan ko
Na nilikha ng Diyos ang tao at lahat ng
nilalang sa mundo.

O NANAY KO!

Isang tinig ang narinig ko habang ako ay
nasa gitna ng kalungkutan
Agad akong lumingon upang tingnan
Lumapit ako at ako'y iyong hinagkan
Bigat ng dibdib ko ay biglang gumaan

Ilang beses ka na bang sa akin ay
lumuha?
Dahil sa maraming pagkakamaling aking
nagawa
Pero bakit ang ganti mo ay patuloy pa
ding pag-aaruga?
Hindi lang sa akin, maging sa anak kong
dalawa

Batid mo bang kahit ganito ako ay
sobrang mahal kita?
Wala akong nais kundi ang mapasaya ka
Dahil kung mayroon mang tao na sa akin
ay napakahalaga
Ikaw iyon at wala ng iba

Napakaswerte ko at ikaw ang aking
nagging ina
Hanggang ngayon, patuloy pa din ang
iyong pagkalinga
Hindi alintana ang hirap at pagod dulot ng
iyong mga ginawa
Maibigay lang ang "the best' mong alaga

NANAY NA, TATAY PA

Gigising ng madaling-araw para mag-
umpisa
Sa pagluluto ng almusal at sa pagwawalis
pa nga
Maaasahan din sa paglalaba o 'di kaya
ay sa pamamalantsa
Maging sa paglilinis, siya ay walang
pahinga

Lahat ay ginagawa ni Ina
Pati pagsisibak ng kahoy tuwing umaga
Pinupuno ang banga pag nag-iigib siya
Kinukumpuni kahit ang sirang bintana

Sabi nila hindi na raw dapat trabaho iyon
ni Ina
Anila, dapat ang gumagawa ay isang
ama
Ngunit hindi sumang-ayon si Ina
Dahil para sa kanya, walang hindi dapat
gawin kapag ina ka na

Magaan o mabigat pa 'yan, kayang-kaya
Basta para sa mga anak, lahat gagawin
niya
Makita lang niya na kami ay masaya
Lahat ng hirap at pagod ay napapawi na

JUANA

Juana ang kaniyang pangalan
Kinakaya ang lahat ng laban
Matinding dagok man ang dumaan
Ito ay kaya niyang lagpasan

Ilang beses man siyang saktan
At masadlak sa kahirapan
Dumaan man sa labis na kalungkutan
Ito ay kaya niyang lagpasan

Dumating man ang sunod-sunod na
kabiguan
Na maghahatid sa kaniya ng kapaguran
Hindi pa din niya ito aatrasan
Ito ay kaya niyang lagpasan

Anuman ang kaniyang maranasan
Taglay pa din niya ang angking
katapangan
Sapagkat Juana ang kaniyang pangalan
Lumaban, lumalaban at lalaban

LAHAT AY MAHALAGA

"Girl, boy, bakla, tomboy"
Linya na aking narinig na kinakanta ng
mga bata sa lansangan
Pagkalampas sa kanila, nabuo sa isip ko
ang isang katanungan
Alam kaya nila ang halaga ng apat na
tauhan?

Bakas ang saya sa kanilang mga mukha
Habang binibigkas ang mga kataga
Hindi alintana ang mga pagkakaiba nila
Tila alam nila na lahat ay mahalaga

Kung sa mga mata ng bata ay pantay-
pantay sila
Hindi ba dapat higit lalo sa ating
matatanda?
Babae man o lalaki, o kung ano pa
Dapat lang na pahalagahan at irespeto
'di ba?

Pagkakaiba nila ay hindi dapat maging
daan
Upang pagkatao nila ay ating yurakan
Lahat ay may papel na ginagampanan
Lahat ay bahagi n gating lipunan

GANDANG ANGAT SA IBA

Sumasalamin sa hirap na iyong dinaranas
Kumayod ang tanging lunas
Upang maibigay ang nais ng lahat

Ang mga paa mong hirap na sa
paglalakad
Dahil sa labis na pagsisikap
Para maabot ang inaasam na pangarap
Nang sa ganoon sa iba ay hindi matulad

Ang buhok mo na kay gulo
Tila yata nakalimutan mo na ang
magsuklay
Mabigyan lamang sila ng magandang
buhay
At sa huli ay umasenso

Ang mukha mo na tagaktak ng pawis
Hindi alintana ang init
Balewala kahit ito ay manlagkit
Makamit lamang ang iyong nais

Binibini, huwag kang mag-alala
Hindi ka man maging kaakit-akit sa
paningin nila
Laging isipin na taglay mo ang angking
ganda
Ang gandang angat sa iba

BIYAHE TAYO

Maaga pa lang, sa kanto ay nag-aabang
Saan na nga ba umabot ang aking
bilang?
Bakit ang tagal dumating?
Malayo n asana ang aking narrating

Heto na, natatanaw ko na
Habang papalapit, ako'y tuwang-tuwa
Sa wakas mga binti ko ay hindi na
mangangalay
Sapagkat ako na ay makakasakay

Bus, kaytagal kang hinintay
At ngayong ako na ay iyong sakay
Pwede bang dalhin mo ako kung saan ko
gusto?
Sa lugar kung saan malayo sa gulo?

Halina't samahan mo ako
Sa lugar na pangarap ko
Kabilang daigdig ay ating libutin
Pangarap ko ay ating abutin

KLASRUM

Sa aking pag-iisa
Loob mo ay aking napagmasdan
Bagama't may iba't I bang nakadikit na
larawan
Kalungkutan pa rin ang nadarama

Mga upuan ay nakahanay
Na dati-rati ay walang kaayusan
Sa loob pa nga ay nagtatakbuhan
Nakakapanibago, hindi ako sanay

Ang nakabibinging katahimikan
Na animo'y inabandona
Nang dahil sa isang pamdemiya
Nawala ang silid na puno ng karunungan

Aking napagtanto
Mas mabuting bumalik sa ingay na puno
ng kaalaman
Kaysa ngayon na nagmamasid sa
kawalan
Nakakamis ang klasrum na bata ang
pumupuno

Maingay man at magulo
Ito pa rin ang pipiliin ko
Sa loob ng klasrum, ditto ang pagkatuto
Sa piling ng mga bata, ramdam ko na
guro ako

PINAKAMAMAHAL KO

Dumating kang bigla sa buhay ko
Binigyan ng Kulay and aking mundo
Tinuruan mong magmahal ang puso
Ang mawala ka'y ikamamatay ko

Ikaw ang nagsilbing inspirasyon ko
Lalo pa kapag isip ay litong-lito
Sana habambuhay ikaw ang kasama ko
Kasi ikaw ang pinakamamahal ko

Ikaw ang kabuuan ng pangarap ko
Ang mapalayo sa'yo ay labag sa loob ko
Ito lang ang maipapangako ko
Saan man ako, mananatiling ikaw sa puso
ko

AKO BA O SIYA?

Sabi mo mahal mo ako
Hindi kayang mawala sa buhay mo
Sabi mo rin mahal mo siya
Kailangan ba talaga na akming dalawa?

Masakit sa akin na isiping hanggang
ngayon ay kayo pa
Tanong ko, "Bakit hindi mo siya kayang
isuko para sa ating dalawa?"
Sagot mo, "Ayaw ko siyang makitang
nagdurusa"
Iyon ba talaga ang dahilan o talagang
mas mahal mo siya?

Hindi mo baa lam na habang kayo ang
magkasama
Umiiyak ako at labis na nagdurusa
Kalabisan bang hilingin na iwanan mo
siya?
Kasi ako naman ang unang minahal mo
hindi ba?

PALAISIPAN

Akala ko dati ay ikaw na
Sobrang sweet mo pa nga
Lagi mong pinaparamdam sa akin na
concern ka
Ngunit bigla ka na lang nawala

Alam mo bang hanggang ngayon ay isa
pa ring palaisipan
Ang bigla mong paglisan ng wala man
lang paalam
May nagawa ba ako at ika'y nasaktan?
Kung ganoon bakit hindi man lang
ipinaalam?

Akala ko ba ay walang iwanan
Akala ko nandiyan ka lang para ako ay
alagaan
Lahat pala ng sinabi mo ay walang
katotohanan
Binigyan mo lang ang puso ng labis na
kalungkutan

IBA KA

Ano ang mayroon ka?
Bakit sila sa'yo ay labis na humahanga?
Wala naman akong makitang taglay
mong kakaiba
Sapagkat ang ginagawa mo ay ordinary
na sa akingmata

Ilang beses ka na bang lumuha?
Ang sabi mo pa nga ay suko ka na
Pero paggising koi sang umaga
Nanumbalik muli ang iyong sigla

Nakita kita kung paano ka nadapa
Halos hindi na makabangon sa sakit na
nadama
Ngunit kahit yata lahat ng problema ay
pasan mo na
Bumabangon pa rin at kinakaya

Hindi din kaila sa akin noong ikaw ay
pinahiya
Maraming beses pinagtabuyan at kinutya
Akala ko ay bibigay ka na
Pero tila walang nangyari, nakangiti ka pa
nga

Sanay na ako na nakikitang lumalaban ka
Kaya marahil para sa akin ay ordinary ka
Ngunit sa mga taong hindi ka kilala
Talaga palang hahangaan ka

Dahil hindi pala lahat ng pagsubok ay
kinakaya ng iba
Dahil maraming hindi kayang bumangon
sa pagkakadapa
Ang mga bagay na ito ay ikaw lang ang
nakakagawa
Sapagkat iba ka sa kanila

ISA KANG PERLAS

Hinuhusgahan kahit noon pa man
Nagmula raw kay Eba na isang
makasalanan
Wala silang alam sa iyong pinagdaanan
Lahat ng sinasabi nila ay walang basehan

Hindi ba nila alam ang ambag mo sa
lipunan?
Kung wala ka, wala ang sambayanan
Sapagkat sila ay galing sa iyong
sinapupunan
Na halos maging daan pa nga ng iyong
kamatayan

Walang silbi ang isang tahanan
Kapag wala ka, punong- puno ng
kalungkutan
Ikaw ang sentro ng pagmamahalan
Pasimuno sa pagtuturo ng kabutihan

Hatid mo ay kaginhawaan
Simula sa bahay, trabaho o kung saan
man
Tinatawag lagi ang iyong pangalan
Sa oras na sila ay may kailangan

Tulad ng perlas, isa kang kayamanan
Na dapat ingatan at pahalagahan
Sapagkat kapag nawala ka ay malaking
kawalan
Ng lahat ng tao sa buong sanlibutan

GUSTO KONG MAGING IKAW

Gusto kong maging ikaw
Hindi sumusuko at bumibitaw
Sa kabila ng lahat ng pighati sa buhay
Hindi kailanman bumibigay

Gusto kong maging ikaw
Pag-ibig sa lahat ay umaapaw
Binibigay lahat hangga't kaya
Kahit sa sarili ay walang matira

Gusto kong maging ikaw
Hindi kailanman umaayaw
Kahit anong sakit ang dinaranas
Nabibigyan pa rin ito ng lunas

Gusto kong maging ikaw
Umulan man o umaraw
Gagawin kahit anong bigat
Maging maayos lang ang lahat

Wala akong ibang gugustuhin pa
Kung hindi ang maging katulad ka

KAILANGAN KITA

Sabi nila ay umalis ka na
Wala ka naman daw silbi at halaga
Huwag, kailangan kita!
Tuturuan mo pa ako ng mabuting asal 'di
ba?

Sabi nila ay lumayo ka na
Wala ka naming ginagawang maganda
Huwag, kailangan kita!
Tuturuan mo pa ako ng gawaing bahay 'di
ba?

Sabi nila ay lumayas ka na
Wala ka naming tamang ginagawa
Huwag, kailangan kita!
Tuturuan mo pa ako kung paano
magmahal ng hindi matulad sa kanila 'di
ba?

Sabi nila ay maglaho ka na
Wala ka namang ambag para buhay ay
gumanda
Huwag, kailangan kita!
Tuturuan mo pa ako kung paano sila
patawarin 'di ba?

Ano man ang sabihin nila
Ipangako mo na hindi mo ako iiwang
mag-isa
Higit sa lahat, kailangan kita
Dahil kung mayroong mahalaga, ikaw
lang at hindi sila

TITSER

Papasok sa eskwela
Sangkatutak ang dala
Malaking bag ay kulang pa
Hindi magkandaugaga sa pagdadala

Pagdating sa mesa
Tambak ang mga papel at panulat na
walang tinta
Naubos sa pagbibigay ng marka
Noong isang araw, tinapos lahat
hanggang umaga

Pagsapit sa silid-aralan
Ingay ang nadatnan
Idagdag pa ang magulong upuan
Habang mga bata ay nagtatawanan

Gayunpaman, inis ay nilabanan
Sapagkat walang ibang nais kundi
magbigay ng kaalaman
Kaya naman isang buntong hininga ang
pinakawalan
At nag-umpisa ng sila ay turuan

Bagamat may mga araw na nahihirapan
Pilit pa ring pinaninindigan
Ang tungkuling sinumpaan
Titser, sa puso at isipan

BUMALIK SA DATI

Gusto kong bumalik sa dati
Mga panahong laging napapangiti
Walang ibang iniintindi
May pagpapahalaga pa sa sarili

Hindi tulad ngayon walang ginawa kundi
humikbi
Madalas tulala at nagdadalamhati
Dulot mong sakit ay sobrang hapdi
Hanggang kailan magiging sawi

Nagkamali ako nang ikaw ang pinili
Nais mo na masunod ka palagi
Madalas sa piling mo, ramdam ko ang
pighati
Na hindi dapat, dahil ikaw ang
pinakatatangi

Gusto kong bumalik sa dati
Kalimutan ang lahat ng nangyari
Buhay ko ay nais na mapabuti
Gusto kong unahin muna ang sarili

SILANG MGA DUKHA

Silang mga hampaslupa kung ituring
Madalas nakakarinig ng mga pasaring
Mula sa mga taong akala mo ay sobrang
galing
Walang puso sa mga dumadaing

Silang mga pulubi sa tabi ng daan
Na tanging panlilimos ang ginagawa
upang gutom ay maibsan
Pinandidirihan at nilalayuan
Pagkatao nila ay niyuyurakan

Silang mga kapus-palad
Mairaos lang ang buong araw ang
tanging hangad
Ikaw na dapat tumulong dahil ikaw ay
mapalad
Ngunit anong ginawa mo, ibinaon pa sila
lalo ng sagad

Silang mga dukha
Pilit kumakayod para guminhawa
Bakit pilit mo pa silang ibinababababa?
Magpakita sana kahit katiting na awa

Silang mga isang kahig, isang tuka
Madalas sa lipunan ay nababalewala
Ginagamit lang sa pansariling interes nila
Upang kapangyarihan ay makuha

Kailan matitigil ang pang-aalipusta?
Habang buhay na lang ba silang
magiging kawawa?
Sino ang tutulong sa kanila?
Ikaw ba, ako o siya?

KAYSARAP MAGING BATA

Kaysarap maging bata
Dama lahat ang pag-aaruga
Lahat ng atensyon ay nasa'yo pa
Anumang naisin ay binibigay nila

Hindi alintana ang problema ng pamilya
Walang iniisip kundi maging masaya
Walang tigil ang paglalaro simula umaga
Takbo dito, takbo doon kahit nakapaa

Kapag hindi naibigay ang gusto
Magmamaktol at iiyak ng husto
Maya-maya ay lalapitan at patatahanin
Ibibigay ang paboritong pagkain

Kung pwede lang sanang habambuhay
maging bata
Hindi na nanaisin pang tumanda
Nang hindi na maranasang mangamba
Palagi na lang masaya

KAWANGIS NI MARIA

Nagmula sa imahe ni Maria
Ang itsura ng maamo mong mukha
Ang luha sa iyong mga mata
Sumisimbolo ng pagiging mabuting ina

Hindi kayang makita ang anak na
nahihirapan
Kahit ano pa ang pagdaanan
Ibibigay ang lahat para sa kanilang
kapakanan
Maging kapalit man ay sariling
kapahamakan

Ang labis mong sakripisyo
Na kahit pasan na ang bigat ng mundo
Wala pa ring dahilan para sumuko
Ginagawa mo'y di matatawaran ng kahit
anong ginto

HAPAG-KAINAN

Halina't pagsaluhan
Ang munting nakayanan
Pasesya na kung hindi tayo mayaman
Ito lang ang makikita sa ating hapag-
kainan

Pagkasyahin ang kanin at ulam
Sabaw naman ay talagang dinamihan
Upang magkasya sa ating siyam
Nang ang ating gutom ay tuluyang
maibsan

Salat man tayo sa yaman
Mahalaga ay nagmamahalan
Sabay-sabay pa ring nilalamnan ang tiyan
Pantay-pantay, walang lamangan

Balang araw makakamtan din ang
kaginhawaan
Makakain ang lahat ng maibigan
Hindi na magkakaroon ng alinlangan
Na ang iba ay maubusan

PAMILYA NGA BA?

Pamilya ang tawag sa kanila
Binubuo ng ama, ina at mga anak nila
Ano kaya kapag ina at mga anak lang
ang kasama
O kaya ay ama na mag-isang
nagtataguyod sa mga anak niya?

Matatawag ba na sila ay isang pamilya?
Gayung may kulang para mabuo sila
Oo,para sa akin, sila ay masasabing isang
pamilya
Sapagkat pagmamahal ang nagbubuklod
sa kanila

Hindi man naging perpekto ang
pagsasama
Kaya humantong sa sitwasyong
hinuhusgahan ng iba
Balewala ang sinasabi nila
Lalo pa't ginawa ang lahat upang
pagsasama ay maisalba

Kung sa kanila ay may kulang man
Hindi ito dapat maging hadlang
Upang masira ang natitirang pamilyang
pinaglalaban
Sapagkat pamilya pa rin kahit may kulang

INGGIT

Ayan na naman ang mga matang puno
ng inggit
Makikita mong ngiti niya ay pilit
Mukha ay hindi maiguhit
Para bang pinagsakluban ng langit

Pag nakita niyang may kakaiba, siya ay
alumpihit
Animo'y sinisindihan ang puwet
Ipagkakalat pa na ikaw ay ubod ng sungit
Taglay niya ang ugaling kay pangit

O mahabaging langit!
Buhay yata niya ay kay pait
Kaya naman gusto niyang ika'y magipit
At makita kang naiipit

BAGONG SAPATOS

Ibinili ako ng sapatos ni nanay
Mula sa kinita ni tatay
Napawi ang matagal ko ng lumbay
Sapagkat ito ay matagal ko ng inaantay

Kasabay ng pagsuot nito
Baon-baon ko ang pangarap ko
Hindi man ito kasing mahal ng sapatos ng
mga kaklase ko
Iingatan ko pa rin hanggang maluma ito

Magkasama kaming tatakbo
Mula umpisa hanggang dulo
Maputikan man ng punong-puno
Aking lilinisin upang maisuot muli ito

Bagong sapatos ko ay inspirasyong tunay
Ito ang aking magiging kaagapay
Sa pagkamit ng tagumpay
Upang guminhawa ang buhay

DARNA

Hindi naman si Darna
Ngunit ubod ng lakas
Kinakaya ang gawain ng buong tiyaga
Talaga namang kagila-gilalas

Walang bitbit na pananggalang
Pero kinakaya pa rin ang laban
Kayang harapin iba't ibang uri ng nilalang
Masiguro lang ang iyong kaligtasan

Hindi rin lumulunok ng bato
Pero kaya kang ipagtanggol
Walang pinipiling oras upang sumaklolo
Matanda man o bata o 'di kaya'y sanggol

Walang kakayahang lumipad
Ngunit aabutin pa rin hanggang taas
Ng walang kakupad-kupad
Kahit pa nga masugatan ng talim na
matalas

Walang taglay na kapangyarihan
Ngunit lahat ng tanong ay may sagot siya
Taglay niya ang puso na puno ng
kabutihan
Handang magbuwis-buhay hindi man
sumigaw ng "Darna"

SISA

Sino nga ba si Sisa?
Isang babaeng ubod ng ganda
Kasing ganda ng kanyang kaluluwa
Simpleng babae at isang dukha

Mapag-arugang ina
Kahit may asawang ubod ng sama
Pinagmamalupitan sa tuwi-tuwina
Ngunit nanaig pa rin ang pagmamahal
niya

Walang ibang hangad kundi ang
kabutihan ng mga anak
Kahit pa kaniyang ikapahamak
Kaya naman nagtiis sa hirap na
sandamakmak
Pahirapan man ng taong sangkatutak

Biktima ng mapanghusgang lipunan
Napahiya at napagbintangan
Pinaglaruan at pinagkatuwaan
Pinagkaitan ng pagmamahal, kasiyahan
at kalayaan

Ilang Sisa pa ba ang magiging biktima?
Tama na sana dahil sobra na
Panahon na para maging matapang ka
Harapin mo lahat sila

PADAYON

May mga pagkakataong nais ng sumuko
Tiwala sa sarili ay muntikan ng maglaho
Bawat daang tahakin ay puro liko
Pagsubok ay hindi alam kung hihinto

Ilang beses na ring nahirapan
Bigat ng dinadala ay di na gumaan-gaan
Madalas ay umuuwing talunan
Kaya naman iniisip kung saan nagkulang

Hindi rin miminsang nadapa
Madalas ding tumutulo ang luha
Iniisip na pinagkaitan ni Bathala
Unti-unting pag-asa ay nawawala

Padayon, kaibigan
Lahat ay may katapusan
Makakatamtan din ang kaginhawaan
Tiwala sa sarili at sa Kaniya ay iyong laksan

DITO TAYO

Halika, dito tayo
Sa lugar na malayo sa gulo
Kung saan sarili natin ang mundo
At malayang nakakapaglaro

Halika, dito tayo
Mga bulaklak ay punong-puno
Mga paru-paro dito'y dumadapo
Kanlungan ng pagal na puso

Halika, dito tayo
Habang magkahawak kamay, sabay
tayong tumayo
Sumabay sa hangin na animo'y may ritmo
Tanawin natin ang kabilang dako

Halika, dito tayo
Sa lugar na ating gusto
Damhin mo ang yakap ko
Na laan lamang para sa'yo

Halika, dito tayo
Walang ibang tao kundi ikaw lang at ako
Hayaan nating tangayin tayo hanggang
dulo
Sabay na tutuparin ang ating pangako

LUMANG SIMBAHAN

Halina't ating balikan
Ang tamis ng ating pagmamahalan
Kung saan tayo ay nagsumpaan
Na magsasama hanggang dulo ng
walang hanggan

Kay sarap tingnan
Mismong lugar kung saan mo ako unang
hinagkan
Para akong inuugoy noon ng duyan
Pakiramdam ko ay sobrang gaan

Dalawang kamay ko ay masuyong
hinawakan
Buong paghanga akong tiningnan
Sabay bulong sa akin na walang iwanan
Lumang simbahan ang naging saksi sa
ating pag-iibigan

KATHANG TULA

Pagsulat ay hilig na simula pagkabata
Nangarap na maging makata
Walang kapaguran ang diwa
Sa pag-iisip ng mga bagong katha

Iba't ibang paksa
Piling-piling mga kataga
Binibigay puso't kaluluwa
Makabuo lamang ng angkop na tugma

May kahulugan ang bawat salita
Upang maging makabuluhan at akma
Hindi man kasinghusay ng ibang likha
Pinagmamalaki ko pa rin ang aking mga
tula

Sa isip, sa salita at sa gawa
Patuloy pa ring magsusulat abutin man ng
pagtanda
Dahil dito ako'y napapayapa
Naipahahayag ang nadarama

KAHANGA-HANGA ANG TULAD NILA

"Bakal, bote!" sigaw ng mama sa kalye
Hindi na idinitalye
Pero bukod sa bote
Bumibili rin siya ng sari-sari tulad ng dyaryo
at sirang balde

"Taho, taho!" sigaw ni Mang Ambo
Kaysarap lalo na pag maraming sago
Paborito ni bunso
Takbo agad sa labas pagkahingi ng
sampung piso

"Isda, gulay!" sigaw ni Aling Nena
Habang sakay ng kanyang bisekleta
Hatid ay masusustansya
Sa lahat ng suki niya

Tunay ngang sila ay kahanga-hanga
Ang mga taong tulad nila ay mahalaga
Kaya marapat lang na bigyan ng
importansya
Sapagkat maayos na serbisyo ang hatid
nila

Bagamat sila ay mga ordinaryong tao
kung ituring
Kumakayod pa rin ng buong giting
Maibigay lamang ang hiling
Ng kanilang mga anak na naglalambing

TUWING UMUULAN

Kasabay ng pagpatak ng ulan
Ang bigat na nararamdaman
Ng puso kong nasasaktan
Sapagkat ako'y iyong iniwan

Naaalala ko pa ang iyong tinuran
Ako ay mamahalin magpakailanman
Ngunit ito pala ay pawang
kasinungalingan
Pangako mo'y hindi kayang panindigan

Labis ang kalungkutan
Hindi alam kung paano sisimulan
Nasanay ako na ikaw ang nandyan
Paano pa ngayon lalaban

Sa tuwing uulan
Ito ay aking sasabayan
Ng pag-alala sa ating pag-iibigan
Na minsang ating pinagsaluhan

HALIKA

Kalimutan muna natin ang problema
Samahan mo akong kumanta
Sabayan natin ng gitara
Tayo muna ay magpahinga

Alam kong pagod ka na
Kita naman sa iyong itsura
Mga mata'y nangangalumata
Katawan mo ay umimpis na

Halika, doon tayo sa lugar na ang hangin
ay sariwa
Isip at puso ay ipahinga
Magkwentuhan hanggang umaga
Ng mga masasayang ala-ala

NOBELA

Kung gagawa ako ng kwentong pag-ibig natin
Nobela ang aking pipiliin
Ayoko ng maikling kwento, nakakabitin
Gusto ko bawat kabanata ika'y kikiligin

Sa unang yugto, isasalaysay kung paano mo ako suyuin
Na nag-umpisa sa mata mong patingin-tingin sa akin
Titig mo na kaya akong tunawin
Sobra ang pagka- maalalahanin

Bawat pahina ay sasalamin
Sa mga araw na pinagsaluhan natin
Maging ang paghiling natin sa mga bituin
Na pag-ibig natin ay patatagin

Ang pangwakas ay hindi ko mamadaliin
Bibigyan ko ng diin
Ang nag-aalab nating damdamin
Dahil sa huli, gusto ko na ikaw lang ang mahalin

HABANG BATA SILA

Samantalahin mo na
Ang lahat ng lambing nila
Makipaglaro sa kanila
Habang sila ay bata pa

Paglipas ng mga araw
Kusa na silang aayaw
Kung sa kanila ay nais mong
makipagsayaw
Hindi na sila mapapagalaw

Hayaang sumabay sa gusto nila
Lumabas mang katawa-tawa
Sa dami ng gusto nilang gawin kasama ka
Sige lang, pagbigyan mo sila

Minsan lang silang maging bata
Pagkamalambing ay maaaring mawala
Lalo na kung may kanya-kanya ng
barkada
Kaya sakyan lang mga hilig nila

KAIBIGAN

Kaysarap isiping may mga tunay na
kaibigan
Na sa lahat ng pagkakataon ay
maasahan
Maaari mong sandalan
Sa mga oras ng kalungkutan

Kasama mo sa tawanan man o iyakan
Hindi magdadalawang-isip na ika'y
suportahan
Sa kahit anong uri ng iyong laban
Makakaasa kang hindi ka iiwan

Salat man sa materyal na kayamanan
Mayaman naman sa totoong kaibigan
Na mamahalin ka at aalagaan
Hinding-hindi pababayaan

HUWAD

Sabi nila maganda ka
Panay pa nga ang puri nila
Nakangiti pa nga habang may pagtapik
pa
Pag nakaharap lang pala sila

Pag talikod ay biglang mag-iiba
Biglang naging pangit ka na
Idagdag pa ang iba't ibang puna
Hanggang sa buong pagkatao mo na ang
sinisira

Kailan titigil sa panghuhusga?
Ang mga taong daig pa si Bathala
Akala mo ay alam lahat nila
Kaya dapat ay mag-ingat ka sa kanila

FRONTLINER NG BUHAY KO

Wala kayo sa frontliner ko
Hindi na nya kailangan pa ng kahit anong
uri ng sakuna o pandemiko
Hindi na rin kailangan ang kahit ano
Para masabing buhay ko sa kanya ay
sigurado
Dahil sa lahat ng oras sinisiguro nya na
ligtas ako
Kapag nasugatan, ginagamot agad ako
Kapag may lagnat, panay ang lampaso
Kapag inuubo ako, walang tigil ang
hagod ng likod ko
May sakit o wala, alagang-alaga nya ako
Siya lang naman ang nanay ko
Ang nag-iisang bayani ng buhay ko

NGITI

Saan na ang mga ngiti?
Bakit ba ang init ng ulo mo parati?
Para kang nalugi
Daig mo pa ang batang inagawan ng
kendi

Baka ika'y mawili
Sa ganyang gawi
Laging nakangiwi
Lagot ka, baka bibig ay tumabingi

Ngumiti lang lagi
Sa kapwa ay gumawa ng mabuti
Wala mang sapat na salapi
Ang mahalaga ay kalinisan ng iyong budhi

KUMUKUPAS

Ang ganda ay kumukupas
Nawawala rin ang lakas
Balat ay kumukulubot
Buto ay bumabaluktot
Lumalabo ang mata
Humihina ang tainga
Buhok ay pumuputi
Ngipin ay nabubungi
Kagandahang pisikal na iyong taglay
Kadalasan ay hindi nagtatagal
Isa lang patunay
Mas maganda pa rin na may mabuting-
asal

MANAHIMIK KA

Kamakailan
Ibang lahi ay hinusgahan
At ang masaklap pa, kapwa Pinoy ay
pinulaan
Sa halip na suportahan at palakpakan

Bakit ka ganyan?
Pare-pareho tayong anak ni Juan
Nakalimutan mo na ba ang mga tinuran
Ng ating mga kanunu-nunuan?

Hindi ka pinalaki para maging ganyan
Kung sa tingin mo perpekto ka at
mayaman
O di kaya ay makapangyarihan
Panahon na siguro para ika'y
mahimasmasan

Alam ko na magbigay ng komento ay
iyong karapatan
Ngunit hindi ibig sabihin na sila ay maliitin
at pagtawanan
Baka nga "level" nila ay di kayang
pantayan
Kaya sana'y manahimik ka na lang

SALAMAT

Salamat sa pamilyang nandyan lagi sa
tabi ko
Sila ang nagsisilbing lakas ko
Salamat sa mga kaibigang tunay
Sila ang pumapawi ng lumbay
Salamat sa pagkakaroon ng mga anak
Sila ang sa aki'y nagbibigay galak
Salamat sa mga mababait na kapatid
Sila ang sumusuporta ng walang patid
Salamat sa mga maaasahang katrabaho
Sila ang daan para gumaan ang mga
gawain ko
Salamat sa mga taong nasa paligid,
huwad man o totoo
Sila ang dahilan ng maraming pagkatuto
Mabuhay sa mundo ay anong saya
Kapag may mga taong katulad nila
Kasama sa lungkot man o saya
Salamat at nandyan sila

HAWAK-KAMAY

Hawakan mo ng mahigpit ang aking mga
kamay
Huwag bibitawan kahit ika'y mangalay
Gusto kong samahan mo ako
Sa kahit anong lakad ko habang
magkahawak-kamay tayo

Kung may pagkakataong gusto mo ng
bumitaw
Pakiusap, wag kang aayaw
Balikan mo ang sandaling minahal mo ako
Isipin ang dahilan kung bakit ako'y ginusto

Alam mo ba ang nagagawa ng mga
kamay mo?
Sinisuguro nito na akin ka lang at sa'yo ako
Nais ko na sa ating pagtanda ay
magkahawak pa rin ang mga kamay
Kahit pa tayo ay nasa kabilang buhay

SA HARDIN

Paggising sa umaga
Deretso sa labas para makita
Iba't ibang halaman sa hardin
Bumubungad sa akin na tanawin

Sa tuwing isip ay gulo
Iginagala ang mga paningin ko
Sa iba't ibang kagandahan
Na dulot ng aking mga halaman

Kapag tinitingnan, problema ay nawawala
Umaaliwas ang aking mukha
Sumasayaw na mga dahon
Tila nagsasabing ako'y makakaahon

Hindi man nakakapagsalita
Hindi man makahingi ng payo sa kanila
Sapat na ang sila'y mapagmasdan
Upang bigat ng dibdib ay gumaan

BILIN NI LOLO

Bilin ni Lolo
Wag maging matigas ang ulo
Wag maging maluho
Laging umiwas sa gulo

Maging mabait sa aking kapwa
Wag maging madamot sa kanila
Tulungan kapag gipit sila
Magkaroon ng malawak na pang-unawa

Maging mapagpakumbaba
Sumunod sa utos ng mga matatanda
Sundin ang mga payo nila
Nang makaiwas na mapahamak ka

Hanggang ngayong matanda na
Bilin ni Lolo ay laging inaalala
Isinasabuhay sa tuwi-tuwina
Nagsisilbing gabay paggising sa umaga

BATANG YAGIT

Batang yagit
Na nais mabuhay kahit gipit
Pagala-gala sa gitna ng lansangan kahit
napakainit
Bakit sa kanila ika'y galit?

Kapag ikaw ay nilapitan
Sila ay sinisigawan
Sa halip na kaawaan
Masakit na salita ang sa kanila'y iniiwan

Natanong mo ba kung may mga
magulang pa sila?
Baka naman sila ay inabandona
O baka sa pang-aabuso ay pawang mga
biktima
Kaya pagala-gala at nanghihingi ng mga
barya

Kaya sana magpakita kahit konting
malasakit
Sa kanilang mga batang yagit
Na sa patalim ay kumakapit
Makaalpas lamang sa kamay na malupit

MAGPATULOY KA

Mahirap mag-umpisa
Kung ikaw ay nag-iisa
Pero magpatuloy ka
Kaya mo yan, ikaw pa ba?

Kapag ika'y nagsimula
Makakarinig ng maraming puna
Karamihan ay gusto kang ibaba
Hayaan mo sila, magpatuloy ka

Maraming hindi maniniwala sa iyong
kakayahan
Pilit kang huhusgahan at sisiraan
Hindi ka dapat maapektuhan
Wala naman silang ambag kaya
magpatuloy ka

Kung sayo ay walang magtiwala
Na kaya mong umangat tulad ng iba
Ang mahalaga tiwala sa sarili mo'y di
mawawala
Ngumiti ka lang, magpatuloy ka

TAGA DEPED AKO

Dati naitanong ko sa aking sarili
Kung tama ba na pagtuturo ang aking
pinili
Hanggang sa makita ko sa aking mga
"anak" ang matatamis na ngiti
Para bang lahat ng agam-agam ay
tuluyang napawi

Ewan ko ba kung bakit pakiramdam ay
napakagaan
Kapag nakikita kong mga bata sa akin ay
may natututunan
Labis ang nadaramang kasiyahan
Sapagkat sila ay natuturuan

Pasasalamat ng sobra-sobra
Dahil DepEd ako'y kinalinga
Sa kanyang kamay na mapag-aruga
Binuo ako at hinulma

"Experience is the best teacher" ika nga
Kaya naman ako'y natuto, natututo at
matututo pa sa karanasan ko sa mga bata
Ang pagiging guro ay hindi dapat guro
lang pala
Kailangan mong maging kaibigan, ate at
higil sa lahat maging nanay sa kanila

Di man ako pinalad na kumita ng limpak-
limpak na salapi
Sapagkat ang sweldo ng guro, may matira
man ay konti
Masaya na akong makita mga "anak" ko
sa huli ay wagi
Dahil sa kaalaman at pagmamahal na sa
kanila'y aking ibinahagi

AKING DIWATA

Diwata kung ika'y ituring
Sapagkat taglay mo ang kakaibang galing
May tinig na napakalambing
Kapag narinig, kahit sino ay mapapahimbing

Animo'y may taglay na mahika
Kakarampot na pagkain na nasa mesa
Sa dami nami'y napagkakasya
Nagagawa mo'y sadyang kakaiba

Sa pagtulong, wala kang pinipili
Kaya naman ika'y pinakatatangi
Hindi nanghihingi ng anumang sukli
Basta ang nais mo, kami'y mapangiti

O mahal kong ina
Ikaw ang aming nag-iisang diwata
Lubos kang kahanga-hanga
Hindi nanaising ika'y mawala

HUWAG MONG HAYAAN

Wag mo ng hayaang saktan ka nila ulit
Hindi na dapat maulit pa ang sakit
Hindi na dapat pang makaramdam ng hinanakit
Sapagkat hindi ka naman talaga kapalit-palit

Wag kang manghinayang sa ginawang pang-iiwan
Sapat ka, hindi kailan man naging kulang
Hindi ka lang talaga nila kayang pahalagahan
Kaya hindi rin sila dapat panghinayangan

IKA'Y TAO LANG

Hindi naman pwedeng ikaw ang tama
palagi
At lahat ng nakikita mo sa iba ay puro mali

Hindi sa lahat ng bagay ikaw ay marunong
Minsan kailangan mo rin ng tulong

Hindi sa lahat ng pagkakataon ay
mapagmataas
Matuto kang magpakumbaba sa lahat ng
oras

Hindi dapat maging mapanghusga
Sapagkat marami ka ring ginagawa na
kapuna-puna

Hindi dapat taglayin ang ugaling sakim
Huwag hayaang budhi ay maging itim

Hindi dapat maging gahaman
Dahil kapag ika'y pumanaw na, hindi mo
madadala ang yaman

Hindi ka dapat maging makasarili
Sa tuwina ay kailangan mo ng kakampi

Sapagkat ika'y tao lang
Ang Diyos sa'yo ang may lalang
Kaya marapat lang na maging mabuting
nilalang

SALAMAT KAIBIGAN

Minsan, sinusubok talaga ang
pagkakaibigan
May mga pagkakataon na di
nagkakaintindihan
May mga sandali na di nagkakaunawaan
Pero ang mahalaga, sa huli, di pa rin
matitinag ang samahan

Marahil mga problema ay kailangang
malampasan
Para masukat kung gaano katatag ang
samahan
Hindi lahat ay puro kasiyahan
Minsan ay makadarama rin ng
kalungkutan

Salamat kaibigan
Sa sandaling tayo ay may tampuhan
Wala pa ring nang-iiwan
Tumatag pa sana ang ating
pagkakaibigan

MY SUN, MY MOON, AND MY STARS

Minsan, sinusubok talaga ang
pagkakaibigan
May mga pagkakataon na di
nagkakaintindihan
May mga sandali na di nagkakaunawaan
Pero ang mahalaga, sa huli, di pa rin
matitinag ang samahan

Marahil mga problema ay kailangang
malampasan
Para masukat kung gaano katatag ang
samahan
Hindi lahat ay puro kasiyahan
Minsan ay makadarama rin ng
kalungkutan

Salamat kaibigan
Sa sandaling tayo ay may tampuhan
Wala pa ring nang-iiwan
Tumatag pa sana ang ating
pagkakaibigan

ABOUT THE AUTHOR

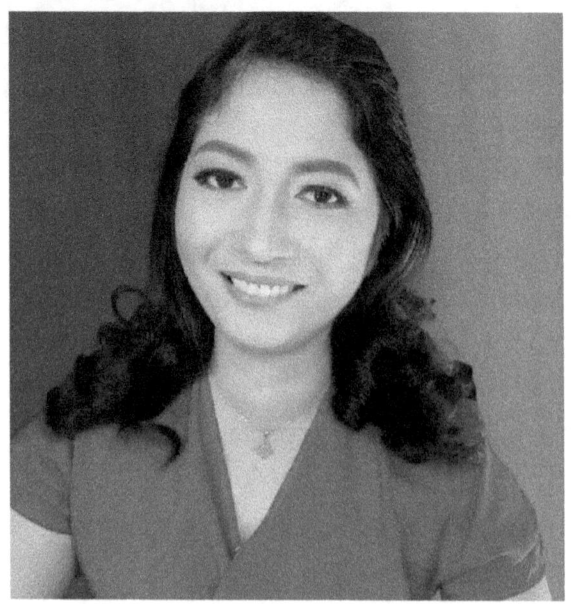

Willyn Arbo Bellido graduated from Dalubhasaan ng Lunsod) ng San Pablo, San Pablo City, Laguna under the Degree of Bachelor in Secondary Education major in English with academic distinction honors. She finished her Master of Education major in English at President Ramon Magsaysay State University, Iba, Zambales. At present, she is taking up a Doctor of Education major in Educational Management at the same university.

She loves to write poems and short stories during her spare time. Thus, she dreams to become a writer someday. When she was in college, she was a writer and a columnist of "Bagong Sinag," the official student publication of Dalubhasaan ng Lunsod ng San Pablo. She became the adviser of "The Almondians," the official student publication of Almond Academy Foundation Inc.

www.ingramcontent.com/pod-product-compliance
Lightning Source LLC
LaVergne TN
LVHW010535200726
843506LV00013B/2828